Ashram Vyavashtha
આશ્રમ વ્યવસ્થા

લેખક : મુદ્રક : પ્રકાશક
સંપૂર્ણ જીવન, વડોદરા
૩૬, અજિતનાથ સોસાયટી, પાણીની ટાંકી પાસે,
હાથીખાના માર્ગ, કારેલીબાગ, વડોદરા–390 018.
ફોન : 98250 38290/98243 51911/
94093 06178/99138 00133
E-mail : sampoornajeevanvadodara@gmail.com
Website : www.sjvadodara.co.in

પ્રથમ આવૃત્તિ :
જૂન, 2022

ટાઇપ સેટિંગ :
કમલેશ પરીખ
મો. : 97270 99322

અનુક્રમ

આશ્રમ વ્યવસ્થા

આ+શ્રમ શબ્દનો અર્થ છે જીવનમાં શ્રમનો ભાર ન લાગવો. એ દૃષ્ટિએ આપણું જીવન જ આશ્રમ છે. મનુષ્ય જીવનનો મુખ્ય ઉદ્દેશ જ્યેષ્ઠ અને શ્રેષ્ઠ બનવાનો છે. તે માટે પોતાના આયુષ્યના સમયગાળાનું આયોજન તે **આશ્રમ વ્યવસ્થા.** જેવી રીતે જીવનના દરેક ક્ષેત્રમાં આયોજન દ્વારા સિદ્ધિ મળે છે તેવી રીતે પોતાને મળેલા સમયનું આયોજન કરવામાં આવે તો કોઈ પણ માણસ જ્યેષ્ઠ અને શ્રેષ્ઠ બની શકે.

આધ્યાત્મિક શિક્ષણના અભાવે સાંપ્રત સમયમાં સમૃદ્ધિ, સત્તા અને પ્રતિષ્ઠા પ્રાપ્તિને જ જીવનનું લક્ષ્ય માનવામાં આવે છે, તેને સફળતામાં ખપાવી શકાય, પણ જીવન સાર્થક ત્યારે જ કહેવાય જ્યારે તે જે અર્થ માટે મળ્યું હોય તેની સિદ્ધિ કરે.

શાંતિથી તપ સહિત જીવનારા પ્રાચીન ઋષિઓએ મનુષ્યને કર્મ કરતાં રહીને સુખેથી સો વર્ષ જીવવાની ચાવી આપી છે અને વય અનુસાર તેના ચાર તબક્કા સૂચવ્યા છે. એ જ ચાર આશ્રમ :

૧. જન્મથી લઈને આજીવિકા કમાવવાની યોગ્યતા પ્રાપ્ત થાય અને તેને લીધે શાંતિપૂર્ણ જીવન જીવવાની સમજ મળે ત્યાં સુધીનો એટલે લગભગ એકથી પચીસ વર્ષનો સમયગાળો એ **બ્રહ્મચર્યાશ્રમ.**

૨. બ્રહ્મચર્યાશ્રમમાં સક્ષમ બન્યા પછી માતા–પિતા,

જીવનસાથી અને બાળકોની જવાબદારી પૂર્ણ થાય અને ભવિષ્યના જીવનની વ્યવસ્થા ગોઠવાઈ જાય ત્યાં સુધીનો સમયગાળો, આશરે પચાસ–સાઠ વર્ષના આયુષ્ય સુધી **ગૃહસ્થાશ્રમ.**

૩. જીવનના પરમ લક્ષ્ય સુધી પહોંચવા માટે પરમાત્માના વ્યક્ત (સાકાર) સ્વરૂપમાં ભળી જવા માટે આવશ્યક મનુષ્ય સર્જિત જાહેરજીવનની વ્યવસ્થાઓમાં યોગદાન આપવું, એ સંસ્થા આજીવન સુદૃઢ રીતે કામ કરતી રહે તે માટે સમય આપવો, એ સમયગાળો, ૭૫ વર્ષ સુધીનું આયુષ્ય તે **વાનપ્રસ્થાશ્રમ.**

૪. છેલ્લે પરમાત્માના નિરાકાર (અવ્યક્ત) સ્વરૂપમાં ભળી જવાય, તેવી મનઃસ્થિતિ કેળવવી અને મૃત્યુ સુધી સહજ પહોંચાય તેની સાધના, એ જ **સંન્યાસ્તાશ્રમ.** અંતઃકરણમાં જમા થયેલી વાસનાઓને છોડવા માટેનો આ આશ્રમ છે.

આ ચાર તબક્કાને 'આશ્રમ વ્યવસ્થા' કહી શકાય.

પરમાત્માની વ્યવસ્થા :

મનુષ્યયોનિમાં જન્મ મળવો એ આપણું સદ્ભાગ્ય છે. પરમાત્મા તરફથી મનુષ્યને વિકસિત મન, બુદ્ધિ અને ચિત્ત સાથે વિવેકનું વરદાન મળ્યું છે. તેનો ઉપયોગ કરીને મનુષ્ય ઊર્ધ્વગતિ પ્રાપ્ત કરી શકે છે. મનુષ્ય જીવનનું ચરમ લક્ષ્ય મોક્ષપ્રાપ્તિ છે. જીવતેજીવ મોક્ષનો અર્થ થાય છે શાશ્વત્ પ્રસન્નતા.

પરમાત્મા મનુષ્યની અંદર જ આત્મા સ્વરૂપે બિરાજતા

હોવાથી પ્રત્યેક મનુષ્યમાં અપાર સંભાવનાઓ રહેલી છે. મનુષ્ય નરમાંથી નારાયણ બની શકે છે. એ માટે જીવનના પ્રત્યેક ક્ષેત્રે સફળ થવા માટે જેમ સુદૃઢ આયોજનની આવશ્યકતા છે, એ જ રીતે આધ્યાત્મિક ક્ષેત્રમાં પણ પ્રત્યેક આશ્રમમાં સુદૃઢ આયોજનની આવશ્યકતા છે. તેના અભાવમાં જીવનની સાર્થકતા સંભવ નથી.

તપસ્વી ઋષિ–મુનિઓએ ઊંડું ચિંતન કરીને મનુષ્ય સમક્ષ પરમાત્માનાં બે સ્વરૂપો સ્પષ્ટ કર્યાં છે. એક છે સ્વયં સંપૂર્ણ, નિર્ગુણ–નિરાકાર બ્રહ્મતત્ત્વ, જે અવ્યક્ત છે અને બીજું છે તેમનું અક્ષરબ્રહ્મ સ્વરૂપ, એટલે કે વ્યક્ત અથવા સગુણ–સાકાર સ્વરૂપ, તમામ પંચમહાભૂત અને જીવસૃષ્ટિ.

ભૌતિક વિશ્વમાં વૈજ્ઞાનિકોએ કેટલાક પાયાના ભૌતિક સિદ્ધાંતોની ખોજ કરી અને તેને કામે લગાડીને ટેક્નોલૉજિ દ્વારા અપાર સંસાધનો વિકસાવ્યાં, જેથી મનુષ્યનો શ્રમ હળવો થયો અને જીવન ભૌતિક રીતે સમૃદ્ધ બન્યું. તેવી જ રીતે પ્રાચીન ઋષિઓએ આધ્યાત્મિક ક્ષેત્રમાં પણ પાયાના સિદ્ધાંતો શોધ્યા. તે પૈકી આવિર્ભાવના સિદ્ધાંત અનુસાર પરમાત્મા સ્વયં આનંદસ્વરૂપે આવિર્ભૂત થયા અને તેમણે સૃષ્ટિની રચના કરી. તેનો અર્થ એ છે કે સંપૂર્ણ વિશ્વ એક આનન્દમય સર્જન છે અને તેનો ઉદ્દેશ સંપૂર્ણ સૃષ્ટિને આનન્દમાં રાખવાનો છે.

આ સિદ્ધાંત અનુસાર મનુષ્યને ચારેય આશ્રમોમાં આજીવન પ્રસન્ન રાખવા માટે પરમાત્માએ પ્રત્યેક મનુષ્યમાં વય અનુસાર ગુણો

અને વૃત્તિઓનું પણ સર્જન કર્યું છે અને તે દેખાય પણ છે. તદનુસાર બાળક નિર્દોષ, સહજ, સરળ; યુવાન કર્મઠ, જવાબદાર અને મહેનતુ; પ્રૌઢ વ્યક્તિ પરિપક્વ અને આયોજન કરવાની ક્ષમતા ધરાવતી હોવાથી જીવન સંધ્યાએ તેને પ્રભુ પ્રત્યે આકર્ષણ થાય છે અને અધ્યાત્મવિદ્યામાં રુચિ જાગે છે.

પ્રાથમિક તથ્યો :

પ્રત્યેક આશ્રમમાં મનુષ્યના કર્તવ્યની વાતો વિચારીએ તે પૂર્વે કેટલાંક પ્રાથમિક તથ્યો જાણી લઇએ :

૧. મનુષ્યે જન્મ ધારણ કરીને સો વર્ષો સુધી કર્મ કરતાં રહીને જીવવાનું છે, કારણ કે કર્મનો કોઇ વિકલ્પ નથી. માનવ શરીરની રચના જ એ રીતે કરવામાં આવી છે કે તે કર્મ કર્યા વગર રહી જ ન શકે. જે કર્મ છોડે છે તે નીરોગી રહી શકતો નથી. જીવનના પ્રત્યેક તબક્કા દરમિયાન મનુષ્યે કર્મ– પ્રવૃત્ત રહેવું આવશ્યક છે, અન્યથા તે શારીરિક–માનસિક રોગોનો ભોગ બને છે.

૨. જન્મ પછી વય વધવાની સાથે કુદરતી રીતે જ શારીરિક– માનસિક પરિવર્તનો ઉપજે છે. તે પ્રમાણે મનુષ્યની માનસિક સ્થિતિમાં અને કર્મોમાં પણ પરિવર્તનો આવે છે.

૩. પરમાત્મા સ્વયં સૃષ્ટિરૂપે આવિર્ભૂત થયા છે. પરમાત્મા આનન્દસ્વરૂપ છે તેથી તેઓ પોતાના આનન્દનું વિતરણ અને વિસ્તરણ કરવા કણકણમાં વ્યાપ્ત છે, સર્વવ્યાપી છે.

૪. જીવસૃષ્ટિમાં મનુષ્ય અને અન્ય જીવો વચ્ચે સ્પષ્ટ અંતર છે. બુદ્ધિ અને વિવેકધારી મનુષ્ય જ ઉચિત કર્મો અને યોગ્ય સાધના દ્વારા ઊર્ધ્વગતિ પ્રાપ્ત કરી શકે છે. મનુષ્યનું અંતિમ લક્ષ્ય આજીવન પ્રસન્ન રહેવાનું અને બ્રહ્મતત્ત્વમાં વિલીન થવાનું એટલે મોક્ષપ્રાપ્તિનું છે.

૫. પરમાત્મા પોતે ગોઠવેલી સ્વચાલિત યોજના દ્વારા સમગ્ર સૃષ્ટિની વ્યવસ્થા સંભાળે છે અને તે પર સંપૂર્ણ નિયંત્રણ ધરાવે છે. તેમણે જીવસૃષ્ટિ દ્વારા આ વ્યવસ્થા ગોઠવેલી છે.

૬. મનુષ્યના પાર્થિવ દેહના મૃત્યુ પછી પણ જીવનનો પ્રવાહ ચાલુ રહે છે, કારણ કે આત્મા અમર છે. જીવ પોતાનાં કર્મો અનુસાર ઉચ્ચ કે નિમ્ન યોનિમાં પુનઃ નવો દેહ ધારણ કરે છે. તે નવા જન્મે પૂર્વ જન્મોની યાત્રાઓના અનુભવો, સંસ્કારો, વાસનાઓ, સ્વભાવ, ટેવો, માન્યતાઓ વગેરેને અંતઃકરણમાં સંગોપીને સાથે લઈ જાય છે, જે નવા જન્મે આગળ યાત્રા કરાવે છે. કઠ ઉપનિષદમાં ઋષિ આ વાત સુપેરે સમજાવે છે.

હવે આપણે ઉપર્યુક્ત મૂળભૂત તથ્યોને ધ્યાનમાં રાખીને જીવનમાં વય અનુસાર આવતા ચારેય આશ્રમોને ક્રમશઃ વિગતવાર સમજીએ.

૧. બ્રહ્મચર્યાશ્રમ

જીવાત્મા તેનાં ગત જન્મોનાં કર્મફળ તથા વાસનાઓ સાથે શિશુરૂપે નવો જન્મ ધારણ કરે છે. પૂર્વજન્મોની ગતિવિધિઓની તેને વિસ્મૃતિ થઈ જાય છે એ પણ પરમાત્માની કેવી અનોખી યોજના છે ! માનવબાળની ગ્રહણશક્તિ તીવ્ર હોય છે. તે પ્રારંભિક વર્ષોમાં નિર્દોષ અને તણાવ રહિત રહે છે. માતા–પિતા, પરિવાર અને સમાજ તેને યોગ્ય રીતે શિક્ષિત કરી શકે છે. બાળક કુમળા છોડ જેવો હોય છે. તેને વાળો તેમ તે વળે. બાળકને યોગ્ય રીતે વાળવો એ માતા–પિતા, દાદા–દાદી અને પાડોશીની જવાબદારી બને છે.

મુંડક ઉપનિષદમાં મુંડક–૧, ખંડ–૧, શ્લોક–૪ માં ઋષિએ સ્પષ્ટ સમજાવ્યું છે કે મનુષ્યે પાંચથી પચીસ વર્ષ સુધીની આયુ દરમિયાન જીવનને સાર્થક કરવા માટે ભૌતિક તથા આધ્યાત્મિક વિદ્યા પ્રાપ્ત કરવી જોઈએ. પ્રાચીન સમયમાં બાળકને યથાસમયમ યજ્ઞોપવિત આપી ઋષિકુળમાં વિદ્યા પ્રાપ્ત કરવા મોકલવામાં આવતો હતો. આજે આપણે શાળાએ મોકલીએ છીએ.

બ્રહ્મચારીએ પોતાના ભાવિ જીવનના નિર્વાહ માટે પરંપરાગત વ્યવસ્થા, નોકરી કે અન્ય સેવા હસ્તગત કરવા માટે કોઈ એક ઉપયોગી કળા અથવા હુનર શીખવો પડે. વધુ અપેક્ષા રાખનારે એકાદ વિષયમાં નિષ્ણાત થવા માટે વધુ વર્ષો સુધી શિક્ષણ લેવું પડે. આહાર, વસ્ત્ર અને આશ્રય ઉપરાંત ગૃહસ્થ તરીકેની જવાબદારીઓનું વહન કરવા માટે જે વિદ્યા પ્રાપ્ત કરવી જોઈએ તેમાં લગભગ પચીસ વર્ષ નીકળી જાય. ત્યારે બ્રહ્મચર્યાશ્રમનો તબક્કો પૂરો થાય.

બ્રહ્મચર્યાશ્રમનાં વર્ષો દરમિયાન વ્યક્તિ માતા–પિતા, પરિવાર, સમાજ અને શાસન પર નિર્ભર રહે છે. આ આશ્રમ વ્યક્તિના જીવનનો પાયો છે. પાયો જેટલો સદ્ધર અને સમૃદ્ધ બનશે તેટલું તેનું ભાવિ જીવન સુંદર, સુખદ અને સહજ બનશે. આ વર્ષો દરમિયાન ભૌતિક શિક્ષણ સાથે જો તેને આધ્યાત્મિક એટલે પરાવિદ્યાનું શિક્ષણ પણ મળી જાય તો તે શાંત, સંસ્કારી, સહિષ્ણુ, વિનમ્ર, વિવેકી અને ગૌરવપૂર્ણ ગૃહસ્થ બની શકે.

બ્રહ્મચર્યાશ્રમ દરમિયાન જો વ્યક્તિને જીવ, જગત, બ્રહ્મ તથા આત્મા–પરમાત્માનું જ્ઞાન મળી જાય તો તેને પોતાના આત્મસ્વરૂપ, સ્વધર્મ, સ્વકર્તવ્ય, નૈતિકતા, નિષ્ઠા, ધાર્મિકતા તથા આધ્યાત્મિકતાની સમજ મળી જાય. પરિણામે તે વધુ સમજદાર અને જવાબદાર ગૃહસ્થ બનવાની તૈયારી કરી શકે.

બ્રહ્મચર્યાશ્રમમાં જે સો અંકનું પ્રશ્નપત્ર હલ કરવાનું છે, તેમાં પચાસ અંક ભૌતિકવિદ્યાના અને પચાસ અંક આધ્યાત્મિક વિદ્યાના

પ્રશ્નોના છે. આ બન્ને વિભાગના પ્રશ્નોના ઉત્તરમાં ઉત્તીર્ણ થવું અનિવાર્ય છે. એ રીતે જો આ બન્ને વિધાનું સંતુલિત જ્ઞાન પ્રાપ્ત થઇ જાય તો શેષ આશ્રમો સ્થિર, સમૃદ્ધ, સફળ, સહજ અને આનંદદાયક બની રહે.

શાણા, શાંત, વિચારક, ઉત્પાદક, સંપીલા અને સમાધાની સમાજની રચના માટે વ્યક્તિના બ્રહ્મચર્યાશ્રમનાં વર્ષો દરમિયાન તેને ભૌતિક શિક્ષણ સાથે આધ્યાત્મિક શિક્ષણ પણ સંતુલિત રીતે મળી રહે તેવી વ્યવસ્થા કરવી એ વર્તમાન યુગની આવશ્યકતા છે.

બ્રહ્મચર્યાશ્રમમાં સ્વાસ્થ્ય :

સ્વાસ્થ્યશાસ્ત્રમાં તથા વૈધકીય વિજ્ઞાનમાં એક સૂત્ર ખૂબ જ પ્રચલિત છે – રોગ આવે, બીમારી થાય ત્યારે ઉપચાર કરવા કરતાં રોગ આવે જ નહીં તેનું ધ્યાન રાખવું અને તે માટે આવશ્યક ઉપાયો કરવા વધુ સરળ અને હિતકારી છે. બાળપણાથી જ જો દિનચર્યા, ઋતુચર્યા, યોગ્ય આહારશૈલી, શારીરિક પરિશ્રમ, વ્યાયામ અને ઉચિત નિદ્રાની આદત પાડવામાં આવે તો વ્યક્તિના શરીરનો સ્વસ્થ પિંડ બંધાય છે. તેમાં જો તે વ્યસનોથી દૂર રહે અને સાત્ત્વિક આહાર લેતો થાય તો ડૉક્ટરોની સહાય ઓછી લેવી પડે.

૨. ગૃહસ્થાશ્રમ

આ આશ્રમમાં ગૃહસ્થ પર યોગ્ય નોકરી અથવા વ્યવસાય કે પછી સેવાક્ષેત્ર અપનાવીને સર્વપ્રથમ આર્થિક ઉપાર્જન કરવાની જવાબદારી આવે છે. પછી જ તે વિવાહ કરવાનો વિચાર કરી શકે. તે સાથે તેના પર માતા–પિતા અને વડીલોની સેવાચાકરી ઉપરાંત પરિવારના ભરણ–પોષણની પણ જવાબદારી આવે છે. કુદરતની યોજનામાં સહાયક બનવા તે સંતાનોત્પત્તિ કરશે. પ્રત્યેક યુવા યુગલ ગૃહસ્થાશ્રમમાં સમાજનાં મહત્ત્વનાં ઘટક બને છે અને તે આદર્શ પતિ–પત્ની, પત્ર–પુત્રી તથા માતા–પિતા બનીને અનેક પ્રકારના સંબંધોનું નિર્વહન કરવા સાથે ઋણાનુબંધો પૂરાં કરે છે.

ગૃહસ્થાશ્રમ અન્ય ત્રણેય આશ્રમોમાં રહેલા લોકોનો પોષક છે. ગૃહસ્થાશ્રમ યુવા શરીરની બુદ્ધિ, શ્રમશક્તિ તથા વિવેકની કસોટીનો આશ્રમ છે. તેમાં પલાયનવૃત્તિને અવકાશ નથી. બ્રહ્મચર્યાશ્રમના નક્કર પાયા પર નિર્મિત ગૃહસ્થાશ્રમનું ભવન સદ્ધર અને સાર્થક બને છે. પચીસ વર્ષના યુવાધનનાં શરીર–મનમાં પ્રકૃતિ પણ પરમાત્માની

યોજનાનુસાર તેમને આગળ વધવા પ્રેરણા આપે છે.

આ તબક્કે પ્રત્યેક સ્ત્રી–પુરુષે વિશિષ્ટ જ્ઞાન મેળવવું આવશ્યક છે. માતૃત્વ–પિતૃત્વ પ્રાપ્ત કરતાં પહેલાં યોગ્ય માહિતી અને શિક્ષણ પ્રાપ્ત કરીને આયોજન કરવું જોઈએ. તે માટે ગર્ભજ્ઞાન અને સોળ સંસ્કારોનું શાસ્ત્રોક્ત જ્ઞાન પ્રાપ્ત કરવું આવશ્યક છે. માતા–પિતાનું આ વિષયનું શિક્ષણ–પ્રશિક્ષણ શિશુના મનનું ટ્યૂનિંગ કરી શકે છે. તેમ થવાથી બાળક સત્યપ્રિય, અહિંસક, ન્યાયપ્રિય, નિષ્ઠાવાન અને ચારિત્ર્યવાન બને છે. એ માટે માતા–પિતાએ બુદ્ધિપૂર્વકનું તપ કરવું જોઈએ.

વ્યવસાય : ઉપાસના સહિતકર્મ – વેદ

ગૃહસ્થે પોતાનો વ્યવસાય અથવા નોકરી કે સેવાક્ષેત્ર એવું પસંદ કરવું જોઈએ, જેમાં અસત્ય આચરણ, હિંસા તથા અન્યનું શોષણ ન કરવું પડે. પોતાના જીવિકોપાર્જનમાં પોતાનું તથા અન્યનું ભલું થતું હોય. અન્યના દુઃખો પર પોતાના સુખનો આધાર ન હોય. જો હોય તો એ વિકામકર્મ લેખાય, પાપ સમાન ગણાય અને તેવા કર્મનું બંધન થાય. તદુપરાંત શ્રેષ્ઠ ગૃહસ્થની કારકિર્દી જાહેરજીવનની વ્યવસ્થાથી વિરુદ્ધ ન હોય. તે પર્યાવરણને દૂષિત કરનારી, પ્રદૂષણો ફેલાવનારી તથા જાહેર જીવન સાથે સંઘર્ષમાં ઉતરે તેવી ન હોય તો સંવાદિતા જળવાય છે અને વ્યક્તિ શાંતિપૂર્વક જીવી શકે છે. કઠ ઉપનિષદમાં વર્ણિત અગ્નિવિદ્યાનો આ જ મર્મ છે.

વ્યક્તિત્વ :

શ્રેષ્ઠ ગૃહસ્થનો સ્વભાવ સાલસ હોય. તેને કોઈ પ્રત્યે દ્વેષ-ઈર્ષ્યા કે વેર-ઝેર ન હોય. તેનો દૃષ્ટિકોણ વ્યાપક હોય. તે સમાજનો ગણમાન્ય નાગરિક બને તે સાથે તેને પ્રભુ પ્રત્યે પ્રીતિ હોય. તે આત્મવિશ્વાસથી સભર હોય.

ગૃહસ્થ પોતાના બ્રહ્મચર્યાશ્રમ દરમિયાન પ્રાપ્ત કરેલા અધ્યાત્મજ્ઞાનમાં સતત વૃદ્ધિ કરતો રહે તો જ તે આગળ વાન-પ્રસ્થાશ્રમમાં સરળતાથી સરી શકે.

ગૃહસ્થાશ્રમમાં જ હવે પછીના આશ્રમોમાં આત્મનિર્ભર રહી શકાય એવું આર્થિક આયોજન કરવામાં આવે તો અન્ય પર નિર્ભર ન રહેવું પડે. સારી એવી બચત હોય તો પણ ગૃહસ્થે વ્યાવસાયિક પ્રવૃત્તિ છોડવી ન જોઈએ.

એક ગેરમસજ :

ગૃહસ્થ પાસે સકામ અને નિષ્કામ કર્મની ઊંડાણપૂર્વકની સમજ હોવી આવશ્યક છે. આપણે જીવનયાપન અર્થે, વ્યાપાર, નોકરી કે કોઈ પણ વ્યવસાય કરીએ તેને સામાન્ય રીતે સકામકર્મ જ લેખવામાં આવે છે. પરંતુ એ કર્મ જો નિષ્ઠાપૂર્વક, પ્રામાણિકતાથી અને પરમાત્માની યોજનામાં સહાયક બનવાની દૃષ્ટિથી કરીએ તો તે પણ નિષ્કામકર્મ બની જાય. આ બાબતે ઋષિ કઠ ઉપનિષદના અધ્યાય-૧, વલ્લી-૧, શ્લોક-૧૮માં સ્પષ્ટ સમજ આપે છે. તેમાં યમરાજા

નચિકેતાને કહે છે કે મેં અગ્નિવિદ્યાના શિક્ષણ અને અમલ દ્વારા આ પદ પ્રાપ્ત કર્યું છે. અગ્નિવિદ્યાનું ત્રણ વખત ચયન એટલે આચરણ કરવાથી તે પણ પરાવિદ્યાનું ફળ આપે છે. જીવનયાપન માટે આહાર, વસ્ત્રો અને આશ્રય અર્થે જે વ્યાવસાયિક પ્રવૃત્તિ જીવન નિર્વાહ પૂરતી કરીએ, તેમાં પણ જો નૈતિકતા, ધાર્મિકતા અને આધ્યાત્મિકતાના મૂળભૂત સિદ્ધાંતો અનુસાર આચરણ કરવામાં આવે તો તે કાર્ય મનુષ્યને પરમાત્મા પ્રતિ અભિમુખ બનાવે. તેનાથી અંતઃકરણની શુદ્ધિ થાય છે. એ રીતે જો પ્રત્યેક કાર્ય ઉપાસના સહિત થાય તો તે નિષ્કામકર્મ બની જાય અને તેથી ચારિત્ર્ય નિર્માણ થાય છે. તે વ્યક્તિ ગૃહસ્થાશ્રમની જવાબદારી સંભાળવા સાથે સતત પ્રસન્ન રહી શકે છે.

આવશ્યકતા છે :

આપણા લોકોની અપ્રામાણિકતા તથા ભ્રષ્ટ આચરણ વિષે જાણીને આપણે દુઃખી થઈએ છીએ તેનું કારણ આપણે પરાવિદ્યામાં નાપાસ છીએ. પરાવિદ્યાના શિક્ષણના અભાવે ચતુર, બુદ્ધિમાન અને સક્ષમ મનુષ્યો પણ પદ, પ્રતિષ્ઠા, સત્તા અને સમૃદ્ધિના મોહમાં લપસી જાય છે. તેથી તેમનો જીવનરથ દેવયાન માર્ગે ચઢતો નથી. તેઓ આજીવન પ્રસન્ન રહી શકતા નથી અને અન્યને પ્રસન્ન રાખી શકતા નથી.

જીવસૃષ્ટિમાં મોટાભાગનાં જીવ–જંતુઓ અને પશુ–પક્ષીઓ કરતાં પરમાત્માએ મનુષ્યને લાંબુ આયુષ્ય આપ્યું છે. તેની પાસે વિપુલ પ્રમાણમાં સમય છે. તેમ છતાં સમાજમાં મોટાભાગના લોકોને

આધ્યાત્મિક શિક્ષણ મળતું નથી અને તેઓ પશુવત્ જીવન જીવે છે. ત્યારે થોડા જ્ઞાની મહાપુરુષોએ દુર્ઘર્ષ કર્મ કરવું પડે છે. જે રીતે ભૌતિક શિક્ષણના વ્યાપના પ્રતાપે મોટાભાગના લોકો આજીવિકા રળવા કામે લાગી ગયા છે અને વિશ્વ સમૃદ્ધ બન્યું છે, તેવી જ રીતે પ્રત્યેક નાગરિક પોતાના આશ્રમને ઉચિત કાર્યો કરવા સાથે પરમાત્માની વ્યવસ્થામાં લાગી જાય તો વિશ્વશાંતિ સહજ પ્રાપ્ત થાય અને સર્વત્ર આનંદનું સામ્રાજ્ય વિસ્તરે.

મધ્યાંતર

આપણે જીવનના પ્રારંભિક મહત્ત્વના બે આશ્રમો – બ્રહ્મચર્યાશ્રમ અને ગૃહસ્થાશ્રમની વિગતે ચર્ચા કરી. મોટાભાગના મનુષ્યોને આ બન્ને આશ્રમો વિષે સારી એવી સમજ છે. ઘણા બધા મનુષ્યો આ બન્ને આશ્રમોમાં સફળતાપૂર્વક જીવી રહ્યા છે. ઋષિ તેમાં વધારાની બે વાત ઉમેરે છે. બ્રહ્મચર્યાશ્રમમાં ભૌતિક શિક્ષણની સાથે સાથે આધ્યાત્મિક શિક્ષણ પણ પ્રાપ્ત કરવાની વાત કરે છે. એ જ રીતે ગૃહસ્થાશ્રમમાં અગ્નિવિદ્યા એટલે કે ઉપાસના સહિતના કર્મની વાત પણ કરે છે. તેમાં ઋષિ કહે છે કે પર્યાવરણની શુદ્ધતા જળવાઈ રહે અને પ્રત્યેક જીવ પ્રસન્ન રહે તેની મર્યાદામાં વ્યાવસાયિક પ્રવૃત્તિ કરવાની છે.

જીવનના મધ્યાહ્ન પછીના બે આશ્રમો – વાનપ્રસ્થ અને સંન્યાસ આશ્રમ વિષે આર્થિક, વ્યાવસાયિક, રાજકીય તથા સામાજિક જીવનમાં રહેલા શ્રેષ્ઠ મનુષ્યને પણ આ બે આશ્રમો વિષેની સમજ સ્પષ્ટ નથી. સમાજમાં ઉપલબ્ધ સાહિત્ય પણ ઋષિની કલ્પનાથી વિરુદ્ધ વાતો કરે છે. પરિણામે વરિષ્ઠ નાગરિકોને અને સમાજને બન્નેને નુકસાન થયું છે. મોટાભાગની સલાહો નિવૃત્ત જીવનમાં આરામ કરવાની તથા મોજમજા કરવાની મળે છે, જે આધ્યાત્મિક અવધારણાની વિરુદ્ધ છે.

ઉત્તરાવસ્થાના આ બન્ને આશ્રમોને વિગતવાર સમજીએ.

સમાજમાં બે વિષયોમાં મોટી ગેરસમજ પ્રવર્તે છે. પહેલી એ કે જાહેર જીવનની તમામ વ્યવસ્થાઓ સરકારે જ સંભાળવી જોઈએ. તે માટે સરકાર ભલે વધુ કર ઉઘરાવે, પરંતુ એ કર્તવ્ય સરકારનું જ છે. નાગરિકો જાહેર જીવનની વ્યવસ્થા અંગે નિશ્ચિંત રહે, સરકાર પર નિર્ભર રહે. આવી માન્યતા સંપૂર્ણ સમાજ માટે ઘાતક છે.

બીજી લોકમાન્યતા એવી પ્રચલિત છે કે વરિષ્ઠ નાગરિકોએ પોતાના ગૃહસ્થાશ્રમમાં જાતને ઘસી નાખી છે. તેથી તેઓ હવે કામ કરવાને લાયક રહ્યા નથી. હવે તેમણે આરામ કરવો જોઈએ અને જિંદગીમાં તેઓ જે મોજ–મજા નથી માણી શક્યા તે માણવી જોઈએ. ભજન–કીર્તન, સત્સંગ, યાત્રાઓ, દેશાટન વગેરે કાર્યો કરવાં જોઈએ. વરિષ્ઠ નાગરિકોની સંસ્થાઓ પણ આ પ્રકારની પ્રવૃત્તિઓ કરતી હોય છે અને માનતી હોય છે કે તેઓ પોતાના સભ્યોને સુખ પહોંચાડે છે.

ઉપર્યુક્ત બન્ને માન્યતાઓ આપણા પ્રાચીન આધ્યાત્મિક ઋષિની વિચારધારાથી વિરુદ્ધની છે. આપણે આ બન્ને વિચારધારાઓનું તુલનાત્મક અનુશીલન કરીએ તો સમજાય છે કે ઋષિની વ્યવસ્થા આજે પણ તર્કસંગત અને પ્રસ્તુત છે.

વર્તમાન શાસન પદ્ધતિઓને લીધે વિશ્વના મોટાભાગના દેશોમાં સરકારી તંત્રમાં અને જાહેર ક્ષેત્રોમાં ભ્રષ્ટાચાર એટલો તો ફાલ્યો છે કે સરકારી યોજનાઓના અંદાજપત્રોમાંથી એક સો રૂપિયામાંથી નાગરિકોને સાચો લાભ માત્ર પંદર રૂપિયા જેટલો જ પહોંચે છે. શેષ

રકમ અધિકારીઓ અને નેતાઓ વચ્ચે વહેંચાઈ જાય છે. જો નિષ્ઠાવાન વરિષ્ઠ નાગરિકોને ખંડસમયના ધોરણે નિષ્કામકર્મ કરવા તેમાં જોડી શકાય તો ભ્રષ્ટાચાર મહદઅંશે રોકાઈ જાય.

મોટાભાગના વરિષ્ઠ નાગરિકોને નિવૃત્તિ પછી કર્મનિવૃત્ત કરવાના પરિણામે એક એવી ગેરસમજ પેદા થઈ છે કે વરિષ્ઠ નાગરિકોમાં રોગનું પ્રમાણ વધુ હોય છે. વૃદ્ધાવસ્થામાં બીમારીઓ આવે જ આવે. આવી અર્ધસત્ય માન્યતાઓને લીધે વીમા કંપનીઓ પણ તેમનો વીમો લેવા તૈયાર થતી નથી. આ સ્થિતિ વરિષ્ઠ નાગરિકોમાં કર્મનિવૃત્ત થવાને પરિણામે આવે છે. એ કુદરતી નથી. આયુર્વેદના ગ્રંથોમાં એવું ક્યાંય લખ્યું નથી કે વૃદ્ધાવસ્થા એ રુગ્ણાવસ્થા છે. આયુર્વેદમાં જીવનના છેલ્લા શ્વાસ સુધી નીરોગી રહેવાની કળા ઉપલબ્ધ છે.

ઋષિ આપણા સમક્ષ પરમાત્માનાં બે સ્વરૂપો સ્પષ્ટ કરે છે. એક છે પરબ્રહ્મ પરમાત્મા, જે તેમનું મૂળ સ્વરૂપ છે અને નિરાકાર છે, એટલે અવ્યક્ત છે. તેમનું બીજું આવિર્ભૂત સ્વરૂપ આ સકળ સૃષ્ટિ છે. મનુષ્ય સિવાયની જીવસૃષ્ટિમાં અંતઃકરણ વિકસિત નથી હોતું. તે વૃત્તિ પ્રમાણે વર્તન કરે છે. તેથી તેઓ પરમાત્માએ તેમના માટે નિર્ધારિત કરેલી ભૂમિકા ભજવે છે. તે એક પછી એક યોનિમાં ભ્રમણ કર્યા પછી મનુષ્ય યોનિમાં જન્મ પ્રાપ્ત કરે છે તેમને કર્મબંધન નથી થતું, જ્યારે સ્વતંત્ર અને સ્વચ્છંદ મનુષ્ય તેને ફાવે તે કર્મ કરવા સ્વતંત્ર છે, પરંતુ કર્મબંધનના નિયમથી બંધાયેલો છે.

મનુષ્ય જાહેરજીવનની સુચારુ વ્યવસ્થાઓનું નિર્માણ કરીને સુંદર વિશ્વનું સર્જન કરી શકે છે. એવા અનેક મહાપુરુષોના અથાક પરિશ્રમના પરિણામે વિશ્વ આજે ભૌતિક રીતે સુખે જીવવા લાયક બન્યું છે.

પરમાત્માના વ્યક્ત સ્વરૂપની ઉપાસના એટલે જાહેર જીવનની વ્યવસ્થામાં પોતાની ભૂમિકા નિર્ધારિત કરીને તેને નિભાવવી. વ્યક્તિગત જીવન સુખેથી જીવવા માટે આવશ્યક સંસાધનોનું ઉત્પાદન, વિક્રય, વિતરણ અને સેવાની જવાબદારી ગૃહસ્થોની છે. તે માટેનું સુંદર આર્થિક માળખું બનેલું છે. ગૃહસ્થો આ પ્રકારની પ્રવૃત્તિ સહજતાથી કરી શકે તે માટે જાહેર જીવનનું માળખું આવશ્યક છે અને તેવી વ્યવસ્થાનું નિર્માણ કરવું એ વાનપ્રસ્થોની જવાબદારી છે. વાનપ્રસ્થ વ્યક્તિ અનુભવી, કર્મઠ, સક્ષમ અને પ્રામાણિક હોવાથી અદ્વૈત આધારિત સંસ્થાનું નિર્માણ સહજ કરી શકે છે. વાનપ્રસ્થો જેટલા ક્ષેત્રોમાં જવાબદારી સ્વીકારે તેટલા ક્ષેત્રોમાં સરકારી તંત્ર હળવાશ અનુભવી શકશે. સ્વાસ્થ્ય, શિક્ષણ, ગ્રામવિકાસ, સંશોધન ઇત્યાદિ ક્ષેત્રોમાં વાનપ્રસ્થો અનેક રીતે ઉપયોગી સેવાઓ આપી શકે તેમ છે.

'વાનપ્રસ્થ આશ્રમ' શબ્દનું મૂળ ઋષિના સમયની સુંદર વ્યવસ્થામાં છે. તે સમયે જંગલો પર કોઈનું આધિપત્ય ન હતું. નાનાં નાનાં રાજ્યોની સીમાઓ પણ મર્યાદિત હતી. સંતાનો યુવાન થાય અને કુટુંબ તથા વ્યવસાય સંભાળવા જેવડા થાય ત્યારે વરિષ્ઠ

નાગરિકો નાના જૂથોમાં વનગમન કરતા. ત્યાં તેમને આવશ્યક હોય તેટલી જંગલની જમીન મેળવી લઈ તેમાં આશ્રમ બનાવતા, એ વાનપ્રસ્થાશ્રમ. તેમાં તેઓ મુખ્યત્વે શૈક્ષણિક પ્રવૃત્તિ કરતા. તેઓ આત્મનિર્ભર હતા. સ્વયં ખેતી કરતા, વસ્ત્રો તૈયાર કરતા, મકાનો બનાવતા અને શિષ્યો તેમાં મદદરૂપ થતા. એ શિષ્યોને તેઓ જીવનની આવશ્યક તમામ વિદ્યાઓ અને કળાઓ તથા હુનર શીખવવા સાથે આધ્યાત્મિક શિક્ષણ પણ આપતા. ગૃહસ્થો ઉપર કોઇ પણ જાતનો ભાર નાખ્યા વગર એ વાનપ્રસ્થો યુવા શિષ્યોને નિઃશુલ્ક જ્ઞાન આપતા. તેમાં ઉપયોગી વ્યવસાયનું જ્ઞાન તથા અનુભવ મળી રહેતો. જીવન સાદું, અપરિગ્રહી અને ઉચ્ચ વિચારો તથા આચારોવાળું રહેતું. આમ વરિષ્ઠ નાગરિકો વન તરફ પ્રયાણ કરતા તેથી તે અવસ્થાને કારણે વાનપ્રસ્થાશ્રમ શબ્દ પ્રચલિત થયો. સંક્ષેપમાં કૌટુંબિક અને વ્યાવસાયિક પ્રવૃત્તિ માટે આવશ્યક જાહેર જીવનની પ્રવૃત્તિઓમાં સહાયરૂપ રહેતા. વરિષ્ઠ નાગરિક એટલે જ વાનપ્રસ્થ.

આધ્યાત્મ ક્ષેત્રમાં તત્ત્વનું મહત્ત્વ છે. તેથી આપણે વર્તમાનમાં નવી વ્યવસ્થામાં વાનપ્રસ્થની ભૂમિકા નિર્ધારિત કરીએ.

આજના વાનપ્રસ્થ સામે બે પસંદગી છે. એક, તે પોતાના ગૃહસ્થાશ્રમના વ્યવસાયમાં ચોંટ્યો રહે અને બીજી એ કે તે નિવૃત્ત થઈ જાય અને બીજા સીનિયર સિટીઝન્સ જીવે છે એમ મોજ-મજા કરે. આ બન્ને નિર્ણય ઘાતક છે. તેણે વ્યાપક બની જાહેરહિતની સેવાપ્રવૃત્તિમાં લાગી જવું એ જ અધ્યાત્મને અભિપ્રેત છે.

૩. વાનપ્રસ્થાશ્રમ

બ્રહ્મચર્યાશ્રમમાં વ્યક્તિ પોતાની જાતને કેન્દ્રમાં રાખીને, માતા-પિતા, ગુરુ અને સમાજ પર આશ્રિત રહીને જીવે છે. ગૃહસ્થાશ્રમમાં તેણે વ્યવસાય અને પરિવારમાં સીમિત રહેવું પડે છે. વાનપ્રસ્થાશ્રમમાં તેને પરિવારના દાયરાને ઓળંગીને સમાજ વ્યવસ્થામાં વ્યાપક બનવાનો અવસર મળે છે. ગૃહસ્થાશ્રમમાં ભૌતિક રીતે સફળ થવા માટે રૂપિયા અને સંસાધનોનો સંગ્રહ જરૂરી છે. પરંતુ વાનપ્રસ્થાશ્રમમાં આધ્યાત્મિક બનવા માટે અપરિગ્રહની આવશ્યકતા છે.

ગૃહસ્થ પોતાનાં સંતાનો અથવા ઉત્તરાધિકારીઓને વ્યવસાય તથા પરિવારની જવાબદારી હળવેથી સોંપીને કુટુંબના વર્તુળથી બહારના સમાજનો વિચાર કરતો થાય છે. એટલે જાહેરજીવનમાં ભાગ લેતો થાય છે. તે પોતાને અનુકૂળ સંસ્થામાં જોડાઈને પરહિતાય કાર્યોમાં સંલગ્ન થાય છે. આ વયમાં તેનું પરાવિધાનું જ્ઞાન તેને પરમાત્માના અક્ષર સ્વરૂપની, જીવસૃષ્ટિ રૂપે વ્યક્ત સ્વરૂપની સેવા

કરવાનું બળ આપે છે. આ તબક્કે તે અધ્યાત્મને જીવવાનું શરૂ કરે છે. સમય પણ તેને અધ્યાત્મનું ઊંડાણ ખેડવાની મોકળાશ આપે છે. વાનપ્રસ્થ વ્યક્તિ જીવમાત્રમાં પરમાત્માને જોતો થાય છે, તેથી તેને નિષ્કામભાવે સમાજસેવા કરવામાં આનન્દ મળે છે. તેના વિચારો અને વ્યક્તિત્વમાં પરિવર્તન થાય છે. તેના આગ્રહો મોળા પડે છે. તે સર્વને સ્વીકારતો થાય છે તેથી તે પોતે પણ સર્વ સ્વીકૃત થાય છે. તેનું મન અલૌકિક તત્ત્વો તરફ ઢળે છે. તે પોતાનું શિક્ષણ-પ્રશિક્ષણ, આવડત, જ્ઞાન અને અનુભવ નિસ્પૃહભાવે સમાજને ચરણે ધરે છે. ત્યારે તે અંતરથી અવિરત આનન્દ માણે છે.

પ્રૌઢ વ્યક્તિનાં સંતાનો ગૃહસ્થ બની જાય છે. ઘર, કુટુંબ અને વ્યવસાયની જવાબદારીઓ સંભાળી લે છે અને તે વાનપ્રસ્થ બનીને વધુ વ્યાપક જગતની સેવામાં જોડાય છે ત્યારે પણ તે ઘર-પરિવાર છોડી દેતો નથી. તે વૃદ્ધ માતા-પિતાની સેવા અને સંતાનોનું માર્ગદર્શન કરવાનું ચાલુ રાખે છે અને જીવનસાથી સાથે ભાવનાત્મક બંધન વધુ ગાઢ બનાવી સૌને વહાલો બને છે ત્યારે તે પ્રભુને પણ વહાલો લાગે છે.

વાનપ્રસ્થનો અટલ નિર્ધાર હોય છે કે તે પરાવિદ્યાને પચાવીને, નિષ્કામ કર્મરત રહીને સો વર્ષ સુધી પ્રફુલ્લ જીવન જીવશે. તેના આ પ્રકારના નિર્ણયને પ્રકૃતિ એ રીતે સાથ આપશે કે તેની દિનચર્યા, ઋતુચર્યા, આહાર-વિહાર, પરિશ્રમ-વ્યાયામ, આરામ અને નિદ્રાના ક્રમમાં સમ્યક્ પરિવર્તનો આવશે. તેની આર્થિક

આવકનાં સાધનો ભલે સીમિત થશે તો પણ તેના આત્મવિશ્વાસમાં અને દૃઢ સંકલ્પમાં કશી અસર થશે નહીં. હવે તે જાહેરજીવનની વ્યવસ્થાઓ માટે દરરોજ ત્રણથી ચાર કલાક સહેલાઈથી આપી શકશે. આ રીતે તે પ્રવૃત્ત રહેશે તો તેની વય ધીમેથી વધશે. તે વધુ વર્ષો સુધી મનથી યુવાન રહેશે. તે કોઈપણ સંજોગોમાં જીવનની અનિવાર્ય આવશ્યકતાઓ માટે પરતંત્ર નહીં હોય.

વાનપ્રસ્થોનું સંગઠન :

યુવાનીમાં નવી કારકિર્દી ઘડનારા તેજસ્વી તારલાઓને કૉલેજમાંથી જ કંપનીઓ ઝડપી લે છે. પછી પોતાના ઉદ્યોગની માંગ અનુસાર તેમને પ્રશિક્ષણ આપે છે. યુવાનને બ્રહ્મચર્યાશ્રમ દરમિયાન મેળવેલા જ્ઞાનનો ઉપયોગ કરીને જીવનનિર્વાહ માટે આવશ્યક માળખું મળી જાય છે. બધા યુવાનોમાં સ્વતંત્ર વ્યવસાય શરૂ કરવાની ક્ષમતા નથી હોતી. ત્યારે જો વ્યાવસાયિક સંસ્થાઓનું માળખું તૈયાર ન હોય તો કેટલાય યુવાનો પોતાનો જીવનનિર્વાહ ન કરી શકે. એ જ રીતે પાંચ પાંચ દાયકાના અનુભવને અંતે નિષ્કામભાવે પોતાની આવડત અને અનુભવ સમાજને ચરણે ધરવા માગતા વાનપ્રસ્થોને તેમને અનુકૂળ અને અનુરૂપ સેવામાં જોડનારું જો કોઈ સંગઠન હોય તો તેમની નિયુક્તિ સહેલાઈથી થઈ શકે. ભણેલા–ગણેલા અને લાંબો અનુભવ ધરાવતા મનુષ્યો માટે કામની કોઈ દિવસ ખોટ હોતી નથી.

આવું સંગઠન સરકાર, સેવાભાવી સંસ્થાઓ, વ્યાવસાયિક પેઢીઓ અને ઉદ્યોગોને ક્યાં કઈ પ્રકારની સેવાની આવશ્યકતા છે તેની

ભાળ રાખશે અને નોંધાયેલા વાનપ્રસ્થ સભ્યોને તેની જાણ કરશે. તે વાનપ્રસ્થોને તેમની પસંદગીનું કામ તેમના નિવાસથી નજીક અને તેમના અનુકૂળ સમયે મળી રહે તે પણ જોશે. જરૂર પડ્યે ભલામણ પણ કરશે. આવું સંગઠન નિષ્કામ કર્મીઓ માટેનું એમ્પ્લોયમેન્ટ એક્સચેંજ બની શકે. વાનપ્રસ્થોને પણ ટેક્નીકલી અપડેટ કરવા પડે. વ્યાવસાયિક પ્રવૃત્તિ માટે ભૌતિક માળખું તૈયાર છે. વાનપ્રસ્થ પ્રવૃત્તિ કરવા માટે આવશ્યક આધ્યાત્મિક માળખું તૈયાર નથી તે બનાવવું પડે. તેની વ્યવસ્થા ઊભી કરવી પડે.

દુર્ભાગ્યે પશ્ચિમના આંધળા અનુકરણ અને લાંબા વર્ષોની ગુલામ મનોદશાએ પ્રૌઢ વ્યક્તિને કામની ખરી પકડ આવે, સ્પષ્ટ સૂઝ પડે ત્યારે જ તેમને નિવૃત્ત કરી દેવાનું અને પેન્શન ઉપર નિર્ભર રહીને નવરાધૂપ કરી દેવાનું જે ષડયંત્ર રચાયું છે તેણે ભારતીય જ્યેષ્ઠજનોને મોટું નુકસાન કર્યું છે. વરિષ્ઠ નાગરિકોને શેષ જીવન– સ્વસ્થ અને ઉલ્લાસપૂર્ણ જીવવા માટે શારીરિક, માનસિક અને બૌદ્ધિક વ્યાયામની નિતાંત આવશ્યકતા છે. તેમને પોતાનું શેષ જીવન ઉપયોગી અને સાર્થક ન લાગે તો તે સ્વાસ્થ્ય અને આત્મવિશ્વાસ ખોઈ બેસે છે. તેમને સ્મૃતિભ્રંશ (અલ્ઝાઈમર) જેવા માનસિક રોગો પણ થઈ શકે. પરિવારમાં પણ તે ઉપેક્ષિત બની શકે. સો વર્ષ જીવનારા જીવે સાઠ વર્ષ પછી શું કરવું એ યક્ષપ્રશ્ન છે. આવાં સંગઠનો, શહેર, જિલ્લા અને રાજ્ય સ્તરે રચવાં એ સમયની માંગ છે.

માણસ જ્યાં સુધી વાનપ્રસ્થ જીવન જીવતો નથી ત્યાં સુધી

તેનો સમાજમાં પ્રભાવ પડતો નથી.

વાનપ્રસ્થો માટે જરૂરી પ્રશિક્ષણની વ્યવસ્થા પ્રાપ્ત કરવાની આવશ્યકતા છે. કર્મ આનંદ પ્રાપ્તિનું શ્રેષ્ઠ સાધન છે.

માત્ર મોક્ષાર્થીએ જ નહીં, પરંતુ સુખી થવા ઇચ્છતા સામાન્ય મનુષ્યે પણ પાતંજલ યોગસૂત્રના યમ–નિયમનું પાલન તો કરવું જ જોઈએ. એ જાણવા માટે મનુષ્યે ગૃહસ્થાશ્રમમાં પણ આધ્યાત્મિક શિક્ષણને સતત આગળ વધારતા રહેવું જોઈએ.

ભ્રામક માન્યતાઓ :

ગરીબ અને વિકસિત દેશોની પ્રજાના માનસમાં ઘર ઘાલી ગયેલી ભ્રામક માન્યતાઓ ઊધઈનું કામ કરે છે. ''ઘરડાં ગાડાં વાળે'' એવી અનુભવી કહેવતને બદલે ''ઘરડાં ચોરે બેસીને પંચાત કરે'' એવી દૂષિત માન્યતાએ ઉજ્જવળ વાર્ધક્યને અત્યંત નુકસાન પહોંચાડ્યું છે.

સાસુ જો એમ કહે કે ''હવે હું ઘરડી થઈ. મેં બહુ ઢસરડો કર્યો. હવે ઘરમાં વહુ આવી. એ કરશે બધાં કામ. એ મારા પગ દાબશે અને હું તો બસ આરામ જ કરીશ.'' આવા વિચાર કરનારી સાસુને શારીરિક વ્યાધિઓ બહુ જલદી ઘેરી લેશે.

જેમની પાસે પૂરતું ધન છે અથવા સારું એવું પેન્શન આવે છે તે જો એમ વિચારે કે ''હવે હું રિટાયર થયા પછી આરામ કરીશ, મોજમજા કરીશ, હિલ સ્ટેશનો, મેળાવડા, હોટેલો અને કલબોમાં

મહાલીશ.'' આવું વિચારનારાનું નવરું મન શેતાનનું દિમાગ બની જાય છે. દૈહિક મોજ–મસ્તી અલપજીવી હોય છે, લાંબું ટકતી નથી. તે મેળવ્યા પછી પણ મન ખાલીપો અને ગ્લાનિ અનુભવે છે. પછી તેવી ક્ષણભંગુર પ્રસન્નતા વધુ અને સતત મેળવવા માટે માંકડું મન નશાકારક પદાર્થોને ચાળે ચઢી જાય છે અને શારીરિક–માનસિક સ્વાસ્થ્યનું સત્યાનાશ નીકળી જાય છે. તેને એવી પ્રવૃત્તિની આવશ્યકતા, જે તેણે ગૃહસ્થાશ્રમમાં કરી છે અને હવે નિસ્પૃહભાવે, પરહિતાય કરવા મળે તો સમાજમાં આદર અને ભીતરમાં આનંદ મળે છે. જીવ તો આનન્દઘન પરમાત્માનો અંશ છે, તેથી તે સતત આનન્દ ઝંખે છે. તે જો ખોટી જગ્યાએ આનન્દ શોધશે તો નિષ્ફળ જશે અને તમસમાં સરી પડશે. જીવનના પ્રારંભિક બન્ને આશ્રમોમાં જેમને અધ્યાત્મનો સંસ્પર્શ નથી થયો તેઓ પાછલી અવસ્થામાં આવી સ્થિતિ અનુભવે છે. કોઇ પણ સીનિયર સિટીઝન ગ્રુપમાં આ સ્થિતિ સહજ જોવા મળી શકે છે.

પરમાત્માના કાર્યમાં પ્રવેશ મેળવવા માટે અંતઃકરણની શુદ્ધિ આવશ્યક છે. વ્યાપારી અને ઔદ્યોગિક સંસ્થાઓમાં નિષ્કામકર્મ થઇ શકે, પરંતુ તે થોડું કઠિન છે. ત્યારે સખાવતી અને સેવાભાવી સંસ્થાઓમાં સરળતા થાય. આધ્યાત્મિક સંસ્થા વાનપ્રસ્થો અને સખાવતી સંસ્થાઓ વચ્ચે સેતુ બની શકે.

ઋણ ફેડવાનો રૂડો અવસર :

મનુષ્ય જીવન અને સર્વ સંબંધો ઋણાનુબંધે મળે છે. પ્રત્યેક

મનુષ્ય પર અનેક ઋણ લદાયેલાં હોય છે. તેમાં સર્વપ્રથમ ઋણ પરમાત્માનું, જેમણે મનુષ્ય યોનિમાં જન્મ આપ્યો. તેથી પ્રભુને પ્રેમ કરવાનો, તેમને ભજવાના, તેમનાં ગુણલાં ગાવાનાં, તેમના પર સંપૂર્ણ શ્રદ્ધા રાખવાની અને તેમને ગમે તેવાં જ કાર્યો કરવાનાં.

બીજું ઋણ માતા–પિતાનું, જેઓ આપણને આ વિશ્વમાં લાવવામાં નિમિત્ત બન્યાં. જેમણે આપણને શિક્ષણ સંસ્કાર આપીને ઉછેર્યાં. તેમને સમય આપવાનો, તેમની સેવા કરવાની, તેમનો આદર કરવાનો અને તેમને દરેક રીતે સહાયરૂપ થવાનું.

એ જ રીતે જીવનસાથીને અને સંતાનોને પણ પ્રેમ કરવાનો. તેમનાં સુખ–દુઃખમાં અડીખમ ઊભા રહેવાનું. તેમની સાથે મિત્રવત્ વ્યવહાર કરવાનો અને તેમને પણ ઉચિત માન આપવાનું.

ત્રીજું ઋણ એટલે ઋષિઋણ. ઋષિ–મુનિઓએ દીર્ઘ તપસ્યા કરીને જે જ્ઞાન આપણા માટે લિપિબદ્ધ કર્યું તે સત્ શાસ્ત્રોમાં સચવાયું. તેમનું ઋણ ચૂકવવા માટે આપણે શાસ્ત્રોને શ્રદ્ધાપૂર્વક વાંચવાં, સમજવાં, મનન કરવું, એ જ્ઞાનને આચરણમાં મૂકવું તથા અન્યને આપવું. તેથી આપણી ઊર્ધ્વગતિ થાય છે.

ચોથું ઋણ છે સમાજનું. આપણે કેટલા બધા લોકોની સેવાઓ લઈએ છીએ ! એમના વગર આપણે સુખે ન જીવી શકીએ. આપણે એકલા પણ સમાજસેવા કરી શકીએ અને યોગ્ય સંસ્થામાં જોડાઈને વધુ વ્યવસ્થિત રીતે પણ કરી શકીએ.

છેલ્લે આવે છે ધરતી માતાનું ઋણ, જેનાં અનાજ, હવા, પાણીથી આપણું શરીર પોષાયું છે. ધરતી માતા અને તેની પ્રકૃતિ વધુ વર્ષો સુધી સ્વસ્થ જીવે તે માટે આપણે પ્રદૂષણો ઓછાં કરીને પર્યાવરણનું સંરક્ષણ કરવું એ સત્કર્મ છે.

મુંડક ઉપનિષદના પ્રથમ મુંડક, ખંડ–૨, શ્લોક–૧૧માં ઋષિ સ્પષ્ટ સૂચવે છે કે આ પ્રકારનાં ઋણ મનુષ્ય વાનપ્રસ્થાશ્રમમાં ન ચૂકવી શકે તો પરમાત્મા તેવા જીવને બ્રહ્મલોકમાં પ્રવેશ આપતા નથી.

વાનપ્રસ્થોનું પ્રશિક્ષણ :

સમાજમાં મોટાભાગની જાહેર સંસ્થાઓ દ્વૈત ભાવથી પ્રભાવિત છે. તેનું કારણ છે આધ્યાત્મિક શિક્ષણનો ખૂબ જ નીચો દર. તેને લીધે વરિષ્ઠ નાગરિકો પણ ચીલાચાલુ મેંનેજમેન્ટ પદ્ધતિઓનો ઉપયોગ કરતા હોય છે. આપણા વર્તમાન વરિષ્ઠ નાગરિકોને જો યથાર્થમાં વાનપ્રસ્થ બનાવવા હોય તો તેમને યોજનાબદ્ધ રીતે ટ્રેનિંગ આપવી પડે :

૧.	પ્રવર્તમાન વ્યવસ્થા પ્રમાણે મોટાભાગના નાગરિકો કોઈ પણ કામ સમૃદ્ધિ, સત્તા અને પ્રતિષ્ઠા પ્રાપ્ત કરવા માટે કરતા હોય છે. વાનપ્રસ્થ અવસ્થા પ્રભુની નજીક જવાની સ્થિતિ છે. ત્યાં સમૃદ્ધિ, સત્તા અને પ્રતિષ્ઠા કામ આવતાં નથી. જેમને અધ્યાત્મનો સ્પર્શ નથી થયો એવા વરિષ્ઠ નાગરિકો, જેઓ સાચા અર્થમાં વાનપ્રસ્થ નથી બન્યા તેમને બ્રહ્મલોકમાં પ્રવેશ

નથી મળતો. જે વરિષ્ઠ નાગરિકો સંતોષનું સ્તર પ્રાપ્ત કરી ચૂક્યા છે તેઓ જ વાનપ્રસ્થ બનવા તૈયાર થાય છે. પછી તેઓ આત્મામાંથી શક્તિ મેળવે છે અને નિજાનંદ માટે પ્રવૃત્તિ કરતા હોય છે. બહુ ભેગું કરી લીધું. હવે અપરિગ્રહનો અને ત્યજવાનો સમય આવ્યો.

૨. ગૃહસ્થોની સંસ્થાઓમાં વિભિન્ન સ્તર હોય છે જેવાં કે, સુપરવાઈઝર, મેનેજર, ડાયરેક્ટર, ચેરમેન આદિ. વાનપ્રસ્થ અવસ્થામાં આવાં સ્તર હોતાં નથી.

ભૌતિક ક્ષેત્રમાં સંસાધનો (રૂપિયા) બહારથી આવે છે અને તેની વહેંચણી સ્તર પ્રમાણે કરવાની હોય છે. વાનપ્રસ્થ અવસ્થાનું ચલણ આનંદ હોય છે અને તે વાનપ્રસ્થની અંદર જ હોય છે. સાચો વાનપ્રસ્થ પોતાની નિષ્કામ પ્રવૃત્તિ દરમિયાન પોતાની ભીતર રહેલા આનંદ સુધી પહોંચી શકે છે અને તે અન્ય વ્યક્તિને તેવી સ્થિતિમાં જવાનો રાહ દાખવી શકે છે. આનંદ સૌની ભીતર વિધમાન છે. તેથી તેનું વિતરણ કરવાનું રહેતું નથી. વાનપ્રસ્થ વ્યક્તિ સૌમાં રહેલા આનંદને રોકતાં પરિબલો દૂર કરવામાં સહાયક બનશે.

૩. પ્રભાવ ક્ષેત્ર :

ગૃહસ્થો અને વરિષ્ઠ નાગરિકો ભૌતિક ક્ષેત્રમાં પોતાના કરતાં વધુ શક્તિશાળી માણસોથી અંજાઇ જતા હોય છે અને તેમના

પ્રભાવમાં આવી જતા હોય છે. પછી તે પ્રમાણે વ્યવસ્થાઓ પણ ગોઠવાઈ જતી હોય છે. ત્યારે વાનપ્રસ્થ વ્યક્તિ આત્મપ્રદેશ સુધી પહોંચી ચૂકેલી હોવાથી તે કોઈને આંજવાનો પ્રયાસ કરતી નથી તેમ કોઈનાથી અંજાઈ પણ જતી નથી અને તે પ્રમાણે વ્યવસ્થાઓ ગોઠવાતી હોય છે.

૪. વાનપ્રસ્થોએ પણ ગૃહસ્થની જેમ જ કાર્ય કરવાની આવશ્યકતા પડે છે. અંતર એટલું જ હોય છે કે તેણે કૌટુંબિક અથવા વ્યાવસાયિક વ્યવસ્થાઓને બદલે જાહેર જીવનની પરહિતાય પ્રવૃત્તિઓમાં પ્રવૃત્ત થવાનું હોય છે. તે માટે તેમણે વિશિષ્ટ પ્રકારની તાલીમ લેવાની આવશ્યકતા રહે છે. ડિજિટલ અને કમ્પ્યૂટર ક્ષેત્રે થતી નિત્યનૂતન શોધખોળો સાથે પણ કદમ મિલાવવાં પડે છે.

૫. ગૃહસ્થ વ્યાવસાયિક પ્રવૃત્તિમાં સીમિત ક્ષેત્રમાં પ્રવૃત્ત હોવાથી તેને પોતાના વિષયનું જ જ્ઞાન હોય છે. ત્યારે વાનપ્રસ્થે જાહેર જીવનના વિશાળ ક્ષેત્રોમાં કામ કરવાનું હોવાથી તેણે અનેક વિષયોનું જ્ઞાન મેળવવું આવશ્યક બની જાય છે. તદુપરાંત તેણે સાથી સભ્યો સાથે ચર્ચા–વિચારણા કરી યોગ્ય નિર્ણયો લેવાની પણ આદત પાડવી જોઈએ. ત્યાં તેણે અન્યોને ફરજો સોંપવાનું તથા નિયંત્રણનું કામ આત્માના સ્તરે કરવાનું રહે છે. આવી તમામ ક્રિયા–પ્રક્રિયાઓ માટે હર વાનપ્રસ્થે વિશિષ્ટ પ્રશિક્ષણ લેવું આવશ્યક છે.

આશ્ચર્યજનક તથ્ય :

આજે ભારતવર્ષમાં અંદાજે **વીસ કરોડ** જેટલા વરિષ્ઠ નાગરિકો છે. તે સામે સરકારી તંત્રમાં અને જાહેર સેવાઓમાં ફક્ત **પાંચ કરોડ** કર્મચારીઓ છે. જો નિવૃત્ત વરિષ્ઠ નાગરિકો પોતાની આવડતના ક્ષેત્રમાં દરરોજ ફક્ત બે કલાક નિષ્કામભાવે સેવા આપે તો કેટલું મોટું કામ થાય ! જાહેર જીવનની મોટાભાગની વ્યવસ્થાનું સંચાલન નિષ્કામભાવે સંભાળી શકાય. તેથી યુવાનો ઉપરનો બોજ હળવો થાય, સખાવતી સંસ્થાઓનું કાર્ય સરળ થાય અને ભ્રષ્ટાચાર મહદંશે ઓછો થાય. તે સાથે કાર્યક્ષમતાનું સ્તર ઊંચું આવે. પ્રેમાળ અને લાગણી સભર જાહેર વ્યવસ્થા સમાજને મળે. આ છે આધ્યાત્મિક જ્ઞાનનો પ્રભાવ.

આપણા સમાજમાં કેટલા બધા નિવૃત્ત વાનપ્રસ્થ ડૉક્ટરો, વકીલો, ઈજનેરો, અધિકારીઓ અને વ્યાપારીઓ છે? તેમને યોગ્ય નિષ્કામ કર્મમાં જોડવાથી દેશની અને માનવજાતની કેટલી મોટી સેવા થઈ શકે ! વાનપ્રસ્થો જાહેર પ્રવૃત્તિમાં સક્રિય થાય તો સમાજમાં પ્રવર્તિત આર્થિક અસમાનતા અને આસુરી સ્વભાવવાળા વ્યાવસાયિકોને મર્યાદામાં રાખી શકાય. આવું બધાં ક્ષેત્રે થઈ શકે.

જે વાનપ્રસ્થો સુખી કુટુંબ, યોગ્ય પુત્રો, ધીકતો ધંધો અને બધી સરખાઈ હોવા છતાં સ્વાર્થ અને મોહવશ અથવા નવી પેઢી પરના અવિશ્વાસને કારણે વ્યવસાય છોડીને લોકસેવામાં નથી જોડાતા તેમના બન્ને ભવ બગડે છે. એમને અધ્યાત્મનો સ્પર્શ નથી મળ્યો.

સાચે જ, જો સાચી સમજ હોય તો વાનપ્રસ્થ અવસ્થા જે જીવનનો સૌથી મહત્ત્વનો તબક્કો છે, તે સૌથી વધુ આનન્દદાયક બની શકે અને સંન્યસ્ત ચિત્તદશા પામવાની તૈયારી થઈ શકે. તેમને આ ઉત્તરાવસ્થા બહુ મીઠી લાગે. વાનપ્રસ્થ અને સંન્યસ્ત દશામાં પ્રવૃત્તિ તો કરવાની જ છે. ફક્ત વૃત્તિ બદલાય છે. પછી પૈસા માટે નહીં, સેવા માટે પ્રવૃત્ત રહેવાનું.

ત્રણ કારકિર્દી :

બ્રહ્મચર્યાશ્રમમાં જ્ઞાન, કર્તવ્ય અને સ્વધર્મને સમજવો એ પુરુષની પ્રથમ કારકિર્દી. તેને જ ઐતરેય ઉપનિષદમાં ઋષિએ પુરુષનો પ્રથમ જન્મ કહ્યો છે. પછી ગૃહસ્થાશ્રમમાં પરિવારનું ઉત્તરદાયિત્વ સંભાળીને સંતાનોને યોગ્ય શિક્ષણ અને સંસ્કાર આપી, તેમને પ્રામાણિક નાગરિક બનાવવા એ બીજી કારકિર્દી, એટલે પુરુષનો બીજો જન્મ. પચાસ–સાઠ વર્ષની વયે સંતાનો અથવા ઉત્તરાધિકારીઓને હળવેથી પરિવાર અને વ્યવસાય સોંપીને વાનપ્રસ્થાશ્રમમાં પ્રવેશ કરી, અક્ષરબ્રહ્મની સેવામાં પરોવાવું એટલે કે જાહેર જીવનની સેવાઓમાં ઝુકાવવું, પરહિત કાજે જીવવું, વ્યાપક બનવું, એ ત્રીજી કારકિર્દી, એટલે પુરુષનો ત્રીજો જન્મ. આ રીતે આધ્યાત્મિક શિક્ષણ ગૃહસ્થને હસતાં–રમતાં પોતાની જવાબદારીઓનું વહન કરતાં શીખવે છે.

સાવધાન :

વાનપ્રસ્થાશ્રમમાં ઘર બાળીને તીરથ કરવાનું નથી. સમાજસેવા કરનારે પોતાના પરિવારનું પણ ધ્યાન રાખવું જોઈએ. તેમનો પરિવાર પણ સમાજનું જ એક અંગ છે. ક્યારેક વ્યવસાયમાં મંદી આવી, કોઈ કાનૂની ગૂંચ ઊભી થઈ કે કોઈ બીમાર પડ્યું; એવે સમયે વાનપ્રસ્થે નવી પેઢીને માર્ગદર્શન આપવું જ જોઈએ. બધું થાળે ન પડે ત્યાં સુધી છોડી દીધેલી જવાબદારી ફરી સંભાળવી પણ પડે. ઘરનાં હળવાં કામ કરવાથી તબિયત સારી રહે અને મન પ્રસન્ન રહે. કેટલા બધા સંત, મહાત્માઓ અને ભક્તોએ પ્રભુને રીઝવવા સાથે કુટુંબ અને વ્યવસાય સંભાવ્યાં છે ! વાનપ્રસ્થ વ્યક્તિ કુટુંબ સાથે જ રહીને અપરિગ્રહી કઈ રીતે બની શકે? પોતાની કમાણીનો, ચલ– અચલ સંપત્તિનો વારસો પોતાના પુત્રો–પૌત્રોને એટલો જ આપે જેના માટે તે પાત્ર હોય. વધુ સંપત્તિનું ટ્રસ્ટ બનાવે અને તેને સંશોધન તથા જનહિતમાં ખર્ચાય તેવી શાશ્વત્ વ્યવસ્થા ઊભી કરી શકે.

સ્વરૂપ રૂપાંતરણ :

આ અવસ્થામાં વાનપ્રસ્થને જો આધ્યાત્મિક જ્ઞાન થકી પરમાત્માનાં આધિભૌતિક, આધિઆત્મિક અને આધિદૈવિક સ્વરૂપો સમજાઈ જાય તો તેમના બધા સંશયો મટી જાય, સંકલ્પ–વિકલ્પ શમી જાય. મનમાં ઉચાટ ન રહે. રાતના અજંપો ન થાય. કોઈ પ્રકારનો તણાવ ન આવે. વિષાદ ન વ્યાપે. મોં પર હળવું સ્મિત રમ્યા કરે અને અંતરમાં આનંદના હિલોલા ઊઠે. જો આવી દશા પ્રાપ્ત થાય તો ક્યારે

સંન્યસ્ત ચિત્તદશામાં સરી પડાય તેની ખબરેય ન રહે. દરેક કાજ નૈષ્કર્મ્ય બની જાય. જીવ સમાજહિતના કાર્યમાં જ મગ્ન રહે. જ્ઞાન ભીતરથી ઊગે. પછી પ્રભુ કુમાર્ગે ડગલું માંડવા જ ન આપે. પ્રકૃતિના મિત્ર બનીને જીવીએ. બુદ્ધિ સમ બને એટલે સ્થિર થાય. તેને લીધે આત્માનુભૂતિ થાય. અન્યો પ્રત્યેનો અભિગમ જ બદલાઈ જાય. પ્રભુના પ્યારા થઈ પડીએ.

વાનપ્રસ્થ અને સંન્યસ્ત, આ બે ઉત્તરાવસ્થાના આશ્રમોનું મહત્ત્વ અને તેની વચ્ચેના અંતરને સમજીને જે વ્યક્તિ અપ્રવૃત્ત જીવન જીવવાનો પ્રયાસ કરે છે તેમની બુદ્ધિને જો વ્યાયામ ન મળે તો તેમનાં શારીરિક અંગો શિથિલ થવા સાથે તેમને માનસિક રોગોનો પણ સામનો કરવો પડી શકે.

વાનપ્રસ્થ અવસ્થાએ પહોંચવા છતાં અધ્યાત્મજ્ઞાનના અભાવે જો વ્યક્તિનું અંતઃકરણ શુદ્ધ ન થયું હોય તો તે હતાશા, નિરાશા અને વિષાદમાં સરી જઈ શકે છે. વાનપ્રસ્થ પ્રવૃત્તિના અભાવે પવિત્ર જાહેરજીવન ભ્રષ્ટ થઈ જાય છે. આજે જ્યારે વૈદ્યકીય સેવાઓમાં અનેક સુધારા અને સુવિધાઓ ઉપલબ્ધ છે, તેને પરિણામે સરેરાશ આયુષ્ય વધ્યું છે અને અનુભવી પ્રૌઢોની સંખ્યા વધી રહી છે. વરિષ્ઠ નાગરિકો ઉપયોગી બનવાને બદલે સમાજ પર ભારરૂપ બને છે. આ પરિસ્થિતિ કોઈ પણ સમાજને પરવડે તેમ નથી. કર્મનો સિદ્ધાંત સ્પષ્ટ છે, તે કોઈને કર્મ છોડવાની છૂટ આપતો નથી.

પરમાત્મા સ્વયં નિર્ગુણ–નિરાકાર હોવા છતાં સૃષ્ટિમાં

આવિર્ભૂત થઈને સગુણ–સાકાર બન્યા છે. એ રીતે આપણું આત્મતત્ત્વ નિર્ગુણ–નિરાકાર હોવા છતાં આપણે દેહથી સગુણ સાકાર છીએ. હવે આપણે આપણા સગુણ–સાકાર શરીરને અન્ય સગુણ–સાકાર બ્રહ્મની સેવા કરીને તેમનામાં ભેળવી દીધા વગર નિર્ગુણ–નિરાકાર બ્રહ્મને કેવી રીતે પામી શકીએ? એ સ્થિતિએ પહોંચવા માટે આપણું અંતઃકરણ પૂર્ણરૂપે શુદ્ધ કરવું આવશ્યક છે.

સામાન્ય મનુષ્ય પણ પોતાના શુદ્ધ જળમાં મલિન જળને ભળવા દેતો નથી. ત્યારે સર્વજ્ઞ અને સર્વસમર્થ પરમાત્મા અશુદ્ધ અંતરવાળા જીવને પોતાનામાં પ્રવેશ કેવી રીતે આપે?

આધ્યાત્મિક શિક્ષણ જીવનના પ્રત્યેક તબક્કે અંતઃકરણમાં રહેલી અશુદ્ધિઓને દૂર કરવા માટે નિષ્કામકર્મનો માર્ગ ચીંધે છે. તે માટે વય અનુસાર અનુકૂળતા પણ આપે છે. તેમાં જ્ઞાન, કર્મ, યોગ અને ભક્તિ સહાયક બને છે.

આટલું અનિવાર્ય :

જે મનુષ્ય પોતાના બ્રહ્મચર્યાશ્રમમાં પરાવિદ્યાનો પારસ સ્પર્શ પામ્યો હોય અને ગૃહસ્થાશ્રમમાં તેને પોતાના વ્યવહારમાં મૂક્યું હોય તે વાનપ્રસ્થાશ્રમમાં પ્રવેશ કરે ત્યારે તેને નીચે જણાવેલાં તથ્યોની માહિતી, વધુમાં જ્ઞાન અને તેની સ્પષ્ટ સમજ મળી જ હોવી જોઈએ. ન મળી હોય તો વાનપ્રસ્થ અવસ્થામાં મેળવવાના મક્કમ પ્રયત્નો કરવા જોઈએ :

૧. સંપ્રદાય, ધર્મ અને અધ્યાત્મ વચ્ચેનો તાત્ત્વિક ભેદ.

૨. જીવાત્મા, આત્મા અને પરમાત્મા શબ્દોના સ્પષ્ટ અર્થ.

૩. પરમાત્માનું વ્યક્ત તથા અવ્યક્ત સ્વરૂપ

૪. સુખ અને આનંદ વચ્ચેનો ભેદ.

૫. શ્રેય અને પ્રેય વચ્ચે રહેલું અંતર.

૬. અપરા અને પરાવિદ્યાની સ્પષ્ટ સમજ.

૭. અધ્યાત્મના સિદ્ધાંતો અને તેમાંયે કર્મનો સિદ્ધાંત.

૮. મૃત્યુ પછીનું જીવન અને જીવનનું સાતત્ય.

૯. પરમાત્માની સ્વચાલિત વ્યવસ્થા.

૧૦. વિદ્યા–અવિદ્યા તથા સંભૂતિ–અસંભૂતિ વચ્ચે રહેલું અંતર અને તેનું જીવનમાં સમન્વય.

બસ, આટલું પાકું થઈ જાય તો સંન્યસ્તાશ્રમમાં જવાની તૈયારી વહેલી થઈ શકે.

(૩૫)

વરિષ્ઠ નાગરિક	વાનપ્રસ્થ
બન્ને પ્રૌઢ અને અનુભવી	
આધ્યાત્મિક જ્ઞાનનો અભાવ	આધ્યાત્મિક જ્ઞાનમાં શિક્ષિત
સંકુચિત, સ્વકેન્દ્રી	વ્યાપક, પરોપકારી
પરિવારમાં સીમિત	જાહેર વ્યવસ્થામાં પ્રવૃત્ત
મનોરંજન માટે લાલાયિત	પરહિતાય કર્મમાં આનન્દ મળે
આળસુ, પ્રમાદી	નિષ્કામ કર્મમાં પ્રવૃત્ત
સ્પષ્ટ દૃષ્ટિનો અભાવ	સ્પષ્ટ દ્રષ્ટા
ધ્યેયહીન	ધ્યેયનિષ્ઠ
પરિવાર/સમાજમાં ઉપેક્ષિત	સર્વસ્વીકૃત
બુદ્ધિ–ચાતુર્ય	ડહાપણ

૪. સંન્યસ્તાશ્રમ

સંન્યસ્તાશ્રમ એ મનુષ્ય જીવનનો અંતિમ પડાવ છે. તેમાં પણ પ્રવૃત્તિ છોડવાની નથી, પરંતુ કર્મ કરવાની રીત બદલવાની છે. ગૃહસ્થાશ્રમમાં વ્યક્તિએ જે પારિવારિક અને વ્યાવસાયિક સંસ્થાઓ ઊભી કરી હતી અને તેનું સંવર્ધન કર્યું હતું તે વાનપ્રસ્થાશ્રમમાં જતી વખતે ઉત્તરાધિકારીઓને સોંપીને સમાજ વ્યવસ્થામાં વ્યાપક બને છે. તે જ રીતે વાનપ્રસ્થે સંન્યસ્તાશ્રમમાં જતી વખતે જાહેરજીવનની વ્યવસ્થાઓ પણ અન્ય વાનપ્રસ્થોને સોંપીને વિરક્ત થવાનું છે. સંસ્થાનાં પદ પણ છોડવાનાં છે. પછી તેમના રોજિંદા વહીવટમાં સક્રિય રહ્યા વગર, માગે ત્યારે માર્ગદર્શન આપવા માટે તૈયાર રહેવાનું છે. સંસ્થાનું સુકાન નવી યુવા પેઢીને સોંપીને સંસ્થાના આત્મા સ્વરૂપે સક્રિય રહેવાનો આ આશ્રમ છે.

સુચારુ સમાજ વ્યવસ્થા માટે પારિવારિક, વ્યાવસાયિક, સાંપ્રદાયિક, રાજકીય અને સામાજિક સંસ્થાઓની આવશ્યકતા છે. આ પ્રકારની સંસ્થાઓ તૈયાર થતાં વર્ષો લાગે છે. આવી સંસ્થા કોઇ કારણે બંધ પડી જાય અને નવી પેઢીએ એ જ કાર્ય માટે નવી સંસ્થા

ઊભી કરવી પડે તે યોગ્ય નથી. સંસ્થાઓ તેમના પાયાના સિદ્ધાંતો અનુસાર શાશ્વત્ બને તે માટે વરિષ્ઠ વ્યક્તિઓ આશ્રમ અનુસાર સ્વેચ્છાએ પોતાના હોદ્દા છોડીને, સંસ્થાનો પ્રાણ બનીને પરોક્ષરૂપે પ્રવૃત્ત રહે એ આવશ્યક છે. સ્વાર્થ અથવા મોહવશ સંસ્થાને ચોંટી રહેનારા નવી પેઢીની ઉપેક્ષા પામે છે, સંસ્થાને મોટું નુકસાન કરે છે.

સંન્યસ્તાશ્રમ વિષે સમાજમાં ઘણી બધી ગેરસમજો પ્રવર્તે છે. શ્રીમદ્ ભગવદ્ ગીતાના પાંચમા અધ્યાયમાં ગીતાકારે સ્પષ્ટ માર્ગદર્શન આપ્યું છે. શ્લોક ક્રમાંક ૬ માં જણાવ્યું છે કે કર્મયોગ અને સંન્યાસયોગમાંથી જો પસંદગી કરવામાં આવે તો કર્મયોગ સાધક માટે વધુ સુગમ રહેશે. તેમ છતાં ગીતાકારે અઢારમા અધ્યાયના બીજા શ્લોકમાં કામ્યકર્મોના ત્યાગની વાત કરી છે, કર્મના ત્યાગની વાત નથી કરી. પાંચમા શ્લોકમાં કહ્યું છે કે યજ્ઞ, દાન અને તપરૂપી કર્મો ત્યાગ કરવા યોગ્ય નથી. એ પવિત્ર રાખનારાં છે.

સંન્યસ્તાશ્રમ પુનર્જન્મની તૈયારી કરવાનો આશ્રમ છે. તે માટે આ અંતિમ પડાવમાં જેટલો સદ્પ્રયત્ન હશે તેટલો ઉજ્વળ પુનર્જન્મ પ્રાપ્ત થશે. તે માટે ગીતાકારે કૃષ્ણમુખે એવું પણ વચન અપાવ્યું છે કે જે સાધક આ જન્મે મોક્ષાર્થે સંપૂર્ણ નિષ્ઠાથી પ્રયત્ન કરે તેમ છતાં પ્રારબ્ધવશ તેને મોક્ષ પ્રાપ્ત ન થાય તો તેને પુનર્જન્મે અનુકૂળ વાતાવરણવાળા પરિવારમાં જન્મ મળે છે, જેથી તે પોતાની અધ્યાત્મયાત્રા આગળ ચલાવી શકે અને તે પૂર્ણ થયે તેને કોઈ જન્મે મોક્ષ અવશ્ય મળે.

સાધક પરમ લક્ષ્ય સુધી પહોંચવા માટે પોતાના વાન-પ્રસ્થાશ્રમમાં બ્રહ્મના સાકાર સ્વરૂપ એટલે સંપૂર્ણ જીવસૃષ્ટિની સેવામાં લાગી ગયો તે જ રીતે હવે સંન્યસ્તાશ્રમમાં તેણે બ્રહ્મના નિરાકાર સ્વરૂપમાં ભળવાની સાધના કરવાની છે. તે માટે તેણે એવી મનઃસ્થિતિ કેળવવાની છે. તેથી હસતાં-રમતાં મૃત્યુ સુધી પહોંચી શકાય. પૂર્વના ત્રણેય આશ્રમોમાં ઉચિત કર્મો કરવા છતાં અંતઃકરણમાં જે વાસનાઓ શેષ રહી ગઈ હોય તેને નામશેષ કરવાનો આ સમય છે.

પરમાત્માને પ્રિય થવા માટે ચારેય આશ્રમો મનુષ્યને પૂરતો સમય આપે છે અને શાસ્ત્રો સ્પષ્ટ સમજ આપે છે. આશ્રમોચિત કર્મો કરવાથી પ્રસન્ન રહી શકાય અને પરમ તત્ત્વ પ્રતિ ગતિ થાય.

ઐતરેય ઉપનિષદના અધ્યાય-૨, ખંડ-૧, શ્લોક-૨માં પરમાત્માની વ્યવસ્થા સમજાવવા માટે પ્રસૂતા સ્ત્રીનું ઉદાહરણ આપ્યું છે. ગર્ભાવસ્થા દરમિયાન તેને તકલીફો વેઠવી પડે છે. પ્રસૂતિની પીડા અસહ્ય હોય છે. તેમ છતાં તેને પરમાત્માની યોજનામાં ભાગીદાર થવાનો, નવા મનુષ્યનું સર્જન કરવાનો આનંદ પણ હોય છે. તેવી જ રીતે મનુષ્ય પ્રત્યેક આશ્રમમાં પ્રસન્ન રહી શકે તેવાં શારીરિક અને માનસિક પરિવર્તનો અંતર્નિહિત ગોઠવેલાં જ હોય છે. વય સાથે એ પરિવર્તનો આપમેળે ઉદ્‌ભવે છે. તેનો અર્થ એટલો જ છે કે મનુષ્યને ઊર્ધ્વગામી બનાવવાની પરમાત્માની યોજના અદ્‌ભુત છે. તેને ન

સમજે તે પિતૃયાન માર્ગે જન્મ–મરણના ફેરા ફરતો રહે છે.

અને છેલ્લે એક અદ્‍ભુત આશ્વાસન, કે અંતકાળે જે જીવ પ્રભુસ્મરણ કરે છે તેનો પરમાત્મા સ્વીકાર કરે છે. આથી વધુ શું જોઈએ?

આપણે સૌ આશ્રમોચિત જીવન જીવીએ અને પ્રભુપ્રાપ્તિ માટે સક્ષમ બનીએ તેવી અભિલાષા સહિત.